அம்புதி

SEA

பொசிழு

தெய்வமாகிய அப்பா அம்மா

மற்றும்

என் குடும்பத்தினருக்கு...

பொருளடக்கம்

அணிந்துரை

இது எனது இரண்டாவது புத்தகம் என்பதாலும், தமிழ் மொழி அறி-
வாளர்கள் யாரும் எனக்கு பெரிதாக அறிமுகம் இல்லாத காரணத்-
தால் அணிந்துரை எழுதும் பொறுப்பை வாசகர்களாகிய உங்கள்
தோளில் எனது பாரத்தை இறங்குகிறேன், அதற்கு மன்னிப்பும் கேட்-
கிறேன்

முன்னுரை

மனதில் சில விதைகள்...

இந்தியாவின் கடைகோடியாம் தென்னாட்டில் பிறந்து வளர்ந்து, தென்னாட்டிலேயே மனைவி மக்களுடன் வாழும் பேறு பெற்றவன்.

பொசிமு கவிதைகள் என்ற தலைப்பில் கவிதை எழுத ஆரம்பித்த போது கொஞ்சம் கூச்சமாகவும் பதற்றமாகவும் இருந்தது. இதுவரை எனக்கு மட்டும் கவிதைகள் எழுதி பத்திர படுத்திய நான், முதலில் வெளியுலகுக்கு எனது படைப்புகளை வெளிப்படுத்துவதா வேண்-டாமா என்று தயக்கத்துடன் இருந்த சமயம் அது. எனக்கு கவிதை எழுத வரும், என் படைப்புகளுக்கு பவுர்ணமி கவியரங்கில் கைதட்-டல் கிடைத்தது, கல்லூரி மாத இதழில் பிரசுரமானது, என் கவி-தைக்கு அங்கீகாரம் கிடைத்ததுடன் முதுகலை பயிலும்போது கல்-லூரி அளவில் முதல் பரிசு கிடைத்தது எல்லாம் என் கொடுப்பி-னையாகவே கருதுகிறேன். இவை யாவும் அறிந்தவர்கள் சிலரே.

கல்லூரி நாட்களில் எனது கவிதை தொகுப்புகளை இரவலாக கேட்டு படித்ததுடன் சிலர் எனக்கு தெரியாமல் நகல் எடுத்து கொண்டு பிறகு மன்னிப்பும் கேட்டு கொண்டனர். அவர்கள் தவறான முறையில் பயன்படுத்தாமல் இருந்தால் சரி, யாருக்கு தெரியும் எனது கவிதை தொகுப்புகளை அவர்கள் உரிமையுடன் அச்சடித்து விற்பனை கூட செய்து இருக்கலாம். எனது கல்லூரி கவிதை நோட்டு புத்தகம் எப்-படியாவது என்னை பிரசுரித்து விடு என்று புலம்புவது எனக்கு இப்-போதும் கேட்கிறது, இறைவன் அருளால் விரைவில் நடக்கும் என எதிர்பார்க்கிறேன்.

அதன் பின் வாசிப்பின் மூலமும், கண்டும், கேட்டும், முடிந்தவரை அவ்வப்போது ஏதாவது எழுதியும் என் தமிழறிவை மழுங்காமல் பார்த்து வந்துள்ளேன். இக்கவிதை தொகுப்பில் குடும்பம், உறவுகள், பாலகப்பருவம், பள்ளிக்கூடம், கிராமம், நட்பு, காதல், களிப்பு, உணர்வு, மனிதம், சமூக அவலம், துரோகம் என பலவித உணர்வு- களை எளிய முறையில் வெளிப்படுத்தி உள்ளேன். கணினி பொறி- யாளர் ஆனபின்பு வேலைபளு மற்றும் குடும்பச்சுமை காரணமாக என் எழுத்துக்களுக்கு நீண்ட இடைவேளை விட்டுவிட்டேன். இப்- போது பிள்ளைகள் கொஞ்சம் வளர்ந்து விட்டார்கள், நேரம் கிடைக்- கும் போது தாய்மொழியாம் தமிழில் எழுதி எனது மொழி தாகத்தை தீர்த்துக்கொள்கிறேன்.

என் படைப்புக்களை இன்டர்நெட்டில் பதிவிட்ட பிறகு எனக்கு நெருங்கிய உறவுகள் மற்றும் சில நண்பர்கள் எனது கவிதைகளை படித்துவிட்டு என்னை ஊக்குவித்து தொடர்ந்து எழுத தூண்டினர். பெரும்பாலும் அனைவரும் படித்துவிட்டு, இது எங்கோ படித்தது போல இருக்கிறது இதை நீ தான் எழுதினாயா ? எங்கே இருந்து கவிதைகளை காப்பி அடிக்கிறாய் ? இது அது என்று என்னை மட்- டம் தட்டுவதிலேயே அவர்கள் கவனத்தை செலவழித்தனர். அதில் வெகுசிலர் மட்டும் எனது எழுத்துபிழை மற்றும் இலக்கணப்பிழை- களை சுட்டிக்காட்டி எனக்கு உதவினர்.

எனது அப்பா அம்மா இருவரும் ஆசிரியர்கள், படிப்புக்கு மட்டும் அல்ல, நான் இன்று வாழும் வாழ்க்கைக்கும் அவர்கள்தான் வித்- திட்டு உரமேற்றியவர்கள். அதில் ஒரு விதை தான் இந்த படிக்கும் பழக்கமும் எழுதும் பழக்கமும்... சிறுவயதில் அவர்கள் எழுத படிக்க சொன்னபோது இது தேவையா ? எதற்கு படிக்க வேண்டும் ? ஏன் எழுத வேண்டும் ? இவ்வளவு பெரிய புத்தகத்தை எப்படி எழுத

முடியும் என கேள்விக்கு பஞ்சம் இருக்காது. "நீ பெரியவன் ஆனா உனக்கு இன்னும் நல்ல புரியும், படிப்போட அருமை பெருமை தெரி‌யும், ஏன் எழுத வேண்டும் என்று உனக்கு விளங்கும்" என எல்‌லாவற்றுக்கும் காரணம் விளக்கி அவர்கள் உதாரணம் கொடுத்து பதில் சொன்னாலும், எனக்கு அவை எப்போதும் ஒரே பதில் போல தோன்றும். இப்போது நான் எழுதுவதை நினைத்தால் கொஞ்சம் சிரிப்புடன் வேதனையும் கலந்து வருகிறது, பெற்றோர்கள் இறை‌வனடி சேர்ந்ததால்...

பலவித வாழ்க்கை அனுபவங்களினூடே பயணித்து வந்த தற்கால தமிழர் போல் அவ்வப்போது இடம்பெறும் நல்ல, தீய சம்பவங்கள், சிறுவயது நினைவுகள், பயணத்தின் போது கண்ட கடந்த சம்பவங்‌களால் உந்தப்பட்டு பிறந்த பல கவிதைகளில் சிலவற்றைத் திரட்டி இப்பொழுது புத்தக வடிவில் உங்கள் முன் சமர்ப்பிக்கிறேன்.

இது எனது இரண்டாவது எழுத்து முயற்சி... எனது வரிகளில் ஏதே‌னும் குறை இருப்பின் அது என் தமிழ் அறிவின் குறையாகவே காண்கிறேன், அதற்கு மன்னிப்பும் கேட்கிறேன்.

இதை எல்லாம் சொல்ல காரணம் என்னை போன்ற எவ்வளவோ சிறு எழுத்தாளர்கள் தயங்கி, மட்டம் தட்டப்பட்டு முடக்கப்படுகிறார்‌கள். தயங்கவேண்டாம் அன்பர்களே ! உனது படைப்புகள் களவா‌டப்படவும் திரிக்கப்படவும் தகுதியானது என்று நிமிர்ந்து நில் !! உச்‌சம் தொடு !!!

எனது பெற்றோர்கள் இட்ட வினைகளில், ஒரு விதை எழுத்து... பணிவுடன் இதோ உங்கள் பார்வைக்கு...

தூய மனதுடன்,

- பொசிமு
Website: www.pocmu.co.in
E-Mail: pocmu22@gmail.com

நன்றி

அம்மா அப்பா வணக்கம்

அறிவு பசி போக்கிய ஆசானுக்கு வணக்கம்

உடன்பிறப்புக்கும் ஊருக்கும் வணக்கம்

உதவிய அனைத்து நல்லுள்ளங்களுக்கும் வணக்கம்

குறைவில்லா குடும்பத்திற்கும் வணக்கம்

அப்பன் ஈசனுக்கும் வணக்கம்

முகவுரை

அத்தியாயம் 1

குழந்தையாய் குதிரையாய்
யானையாய் பூனையாய்
மானாய் மயிலாய்
மாருத மகிழுந்தாய்
அருமை ஆசானாய் – ஏன்
தாயாய் சேயாய் என
நீ எடுத்த அவதாரங்கள் பல...
இன்று
மண்ணுலகம் விட்டு
விண்ணுலகம் எட்டி
இறைவன் அவதாரமும்
எடுத்தாய் எனை காக்க... அப்பா !

அன்பின் ஆர்ப்பரிப்பாய்
இயற்கையில் ஈகையாய்
உணர்வின் ஊற்றாய்
எண்ணங்களின் ஏராய்
ஐம்புலனை
ஒடுக்கி ஓடாகி
ஔவையானவள்... அம்மா !

கோலி குண்டு
டேய் டேய் டேய்
மெதுவா அடிடா
புது கோலி என
நண்பனின் கெஞ்சலும்...
டிக் என்று
சிதறும் கோலியும்
என்றும் மறவா
மறு ஒளிபரப்பு
இல்லை மன ஒலிபரப்பு !

சொர்க்கவாசல்
இளஞ்சூரிய உதயம்
சாலையோர சாணம்
சில்வண்டு ரீங்காரம்
பறவைகளின் ஆரவாரம்
வண்ண பூக்களின் வரவேற்பு
தேன் மிட்டாய் நட்பு
ஆலமர ஊஞ்சல்
புத்தகப்பை சுமந்த சுவடு
மழை போல்
இலை பொழியும் இலையுதிர் காலம் என
சொர்க்கவாசலாம்

எங்கள் பள்ளிப்பருவம் !

அதிகாலை சூரியன்
அச்சு வெல்லம்
கட்டிக்கரும்பு
வெண் பொங்கல்
சக்கரை பொங்கல்
என எங்கும் மணக்கும்
பொங்கல் பண்டிகையில்
பானை பொங்கும்
இடமெல்லாம்
படையல் கண்டு
சுற்றும் முற்றும் பார்த்து
கை நீட்டவே தோணுகிறது !

தாயும் இல்லை
தந்தையும் இல்லை
கட்டிய கணவனும் கை கழுவ
கரை சேர்த்த பிள்ளைகளுக்கும்
பாரமாயிராமல் வீறுநடை போட
என் தோழனாக
தோள் கொடுக்கும்
காவலன்... வீட்டு நாய் !

கந்தல் கசக்கும் அம்மா
கண்ணியம் இல்லா தந்தை
கைக்குழந்தையாய் தங்கை
காலைக்கட்டும் தம்பி
குப்பைமேட்டு குடிசை
அரைவயிறு கஞ்சி
என கலங்காதே...
நான் இருக்கிறேன் அம்மா
எனும் ஒற்றைச்சொல்லால்
எங்கள் குடும்பத்தை
சுமப்பவன்... அண்ணன் !

டயர் உருட்டல்
டயர் பந்தயம்
டயர் சுற்றல்
டயர் வண்டி
டயர் ஊஞ்சல்
டயர் சண்டை என...
என்றும் நினைவில்
நிழலாடும்... சைக்கிள் டயர் !

ஊசி தட்டான்
எருமை தட்டான்
தேன் தட்டான்
மிட்டாய் தட்டான்
கருந்தட்டான் என
பலவகை பெயரிட்டு...
பிடித்து
வாலில் நூல் கட்டிய
சிறு பிள்ளை நான் !

பாசம் பண்பு
உறவு ஊக்கம்
விளையாட்டு விடாமுயற்சி
கதை கண்ணியம்
பயிற்சி பயணம்
வித்தை விவசாயம்
என என்னுள்
பல விந்தைகளுக்கு
ஊற்றாய்... தாத்தா !

மனித உருவில்
நடமாடும் போலிகளுக்கு

கற்பனைக்கோ
கனவிலோ எட்டாத
சாது வாழ்க்கை...
என்றும் விளங்கா
ஒரு விடுகதையே... !

வரப்பு உடைப்பு
கண்மாய் திறப்பு
நீர் விளையாட்டு
கயல் பிடிப்பு
சுடுமீன் சுவைப்பு
பள்ளி விடுமுறை
என அத்தனைக்கும்
காரணம் கள்வன்
நீ அல்லவா... அடைமழை !

நீ ஒரு காலத்தில்
தாத்தா கடுதாசி
தம்பி கடுதாசி
மாமன் மகள் கடுதாசி
மச்சான் வழக்கு
மசக்கை சேதி
மணவிழா சேதி

சடங்கு சேதி
வேலை வாய்ப்பு கடுதாசி
என ஒன்று விடாமல்
ஓடி சேர்த்த
மனித கடவுள்... போஸ்ட் மாஸ்டர் !

அன்பே !
இதோ பல கண்கள்
வேடிக்கை பார்க்கின்றன
சிலதோ சிரிக்கின்றன...
திரிக்கத்தெரிந்த
அவைகளுக்கு என்ன தெரியும்
நீ ஒரு சிற்பி செதுக்கா
குணக்கோயில் என்று... காதலி !

ஒரு தாய் பிள்ளையாய்
ஓரிடத்தில் வளர்ந்து
ஒற்றுமையாய் திகழ்ந்து
கரம் பற்றி
கவனமுடன் வாழ்ந்து
சிதை மூட்டும் வரை
சிந்தனை பிசகாமல்
சீறுடன் வாழும்

அண்ணன் தம்பி உறவு வாய்ப்பது
வாழ்வின் வரம் !

கடலின்
ஆர்ப்பரிப்பு கண்டு
ஆனந்த தாண்டவம்
ஆடும் அண்ணனுக்கு...
அதே கடலின்
ஆர்ப்பரிப்பு கண்டு
அஞ்சி அழும்
தம்பியின் அழுகுரல்
சிறு தடுமாற்றமே !

யாக்கையை எந்திரமாக்கி
புத்தியை தந்திரமாக்கி
ஊன் வளர்ப்போர்
மனிதனாம்...
ஏன்
காரிய சித்தி கைக்கூட
குட்டிக்கரணம் கூட அடிப்பர்...
ஆனால்

அறிந்தோர்
கர்மவினை தீர
கடவுளை நாடுவர் !

அந்திப்பொழுது
மஞ்சள் வெயில்
மலைமுகட்டில் வீடு
மனம் கவரும் சோலை
சிரம் வருடும் மனதிற்கினியாள்
தத்தித்தாவும் பேரன் பேத்தி
கூடு சேரும் புள்ளினங்கள்
ஆவி பறக்கும் தேநீர்
நிம்மதி பெருமூச்சு என
கழியும் வயோதிகம்... முதுமை !

புறா விடு தூது
கிள்ளை விடு தூது
அன்னம் விடு தூது
கயல் விடு தூது
ஏன்
காகம் விடு தூது என
பல தூது கண்ட காதலர்கள்...
ஏனோ

உனை கண்டு தயங்க...
நீ
கந்தர்வ கள்வன் என்றா - இல்லை
காயப்படுத்தும் நரன் என்றோ... கழுகு !

காட்டு சிலம்பன்
தவிட்டு சிலம்பன்
குருட்டு குருவி என
பல பெயர் கொண்டு...
நீ
காட்டும் குழம சாகசம்
இனி என்று காண்பேனோ !

கரிச்சான் குருவி
ரெட்டைவால் குருவி
என
பல பெயர் கொண்டு
விளங்கும் நீ...
உயர பறப்பதென்ன
விர் என்று
வெட்டுக்கிளி வேட்டை
ஈசல் வேட்டை
என பாய்வதென்ன !

பாரமாய் மண் சுமந்து
பக்குவமாய் நிழலிட்டு
பதமாய் மண் பிசைந்து...
எனை
சூழல் மேடையில் இருத்தி
பம்பரமாய் சுற்றி...
உரு கொடுத்து உயிர் கொடுத்த
மண் குடுவை நான்... குயவன் !

மூச்சு முட்ட
முச்சுக்காற்றை ஊதி
குழந்தைகளுக்கு கண் சிமிட்டி...
யார் முகம் சுளித்தாலும்
எதார்த்தமாக பலூன்
வேண்டுமா என கேட்கும்
சிறுவனின் சிரிப்பு...
சிலநேரம் கணமாய்
சிலநேரம் மௌனமாய்
கடக்கும் வழிப்போக்கன் நான் !

கிணிங் கிணிங் கிணிங்...
ஐஸ் ஐஸ் ஐஸ்...
குச்சி ஐஸ்... பால் ஐஸ்...
கிரேப் ஐஸ்... மாம்பழ ஐஸ்...
எனும்
ஐஸ் வண்டி அழைப்பு கேட்டு
இங்கும் அங்கும் ஓடி...
உறவுகள் உதவினால்
குச்சி ஐஸ்
உறவுகள் உதாசீனம் செய்தால்
எச்சில் ஐஸ்
என வாடிய பாலக பருவம் !

வெண்ணெய்
வெற்றிலை
துளசி மாலை என தாங்கும்
இறைவனை துதிக்க
மனம் வராமல்...
மெதுவடை
வெண்பொங்கல்
புளியோதரை
சுண்டல் என
சுமப்பவரை மனம்
துதிப்பேன் !?... பசி

நள்ளிரவு படிப்பு
நள்ளிரவு கண்விழிப்பு
நள்ளிரவு பயணம்
நள்ளிரவு வேலை
என அனைத்திலும்
அங்கமாக நீ...
இன்றும்
சில இரவுகளில்
உன் சுவை... உன் மணம்
தேடி
நள்ளிரவு நடை... டீ பால் பன் !

ஐந்து பைசா... பத்து பைசா...
இருபத்து ஐந்து பைசா... ஐம்பது பைசா...
ஒரு ரூபாய் என
அழுது அடம் பிடித்து
ஓடி வாங்கிய
தேன் மிட்டாய்
தட்டு முறுக்கு
கல்கோனா
இலந்தை வடை
கம்மர்கட்
பிஞ்சி மாங்காய்
என எண்ணற்ற

நினைவுகளுடன்... பெட்டிக்கடை !

தன் முன்
ஆயிரம் வானவில்
தோன்றினாலும்...
மாரி கால
வானவில் காட்டி
குதூகலிக்கும் தன்
பிஞ்சுகளை கண்டு
பேரானந்தம் கொள்பவள்... தாய் !
வாழ்க்கை
ஒரு அரிய பொக்கிஷம்...
அதனை அடைவதில் தான்
சிறு சிக்கல்...
பொக்கிஷத்தை ஊன
கண்ணால் காணவும் முடியாது...
பொக்கிஷத்தை அடைய
எளிய வழியும் கிடையாது !

சுற்றமும் நட்பும்
உதறியோ உதிர்ந்தோ விட...
வாழ்க்கை வயோதிகம் வரை
விடாமல் விரட்ட...
கண்ணீரும் கை ஏந்தும்

திறனும் வற்றிப்போக...
மனிதனும் மிருகமும்
ஒன்றாய் ஒதுங்க...
இவர்களை
தாங்கி...
கைவிடாமல் கரைசேர்க்கும்
பூமித்தாய் !

இந்தா பிடி... இந்தா சாப்பிடு...
ஒரு காலத்தில்
கோமகன் போலவும்
கொற்றவன் போலவும்
வாழ்ந்தவன் நான்...
இன்று
உனக்கு நானும்
எனக்கு நீயும் தான் துணை...
இந்தா சாப்பிடு... என
நாயுடன் உரையாடும்
முதியவர் குரல்
சில்லென தாக்குகிறது சிலநேரம் !

கூரை வீடு... கட்டாந்தரை...
கரி அடுப்பு...

மண் பானை சமையல்...
மணக்கும்
வரகு சாமை தினை...
சிலநேரம்
அரிசி சோறு ருசித்து
தோல்தினவுடன்
வாழ்ந்த வாழ்க்கை அல்லவா
என் பாட்டன் பூட்டன் வாழ்க்கை !

ஆடு... மாடு...
கோழி... கன்று...
பழங்கள்... பறவைகள்...
தின்பண்டங்கள்... காய்கறிகள் என
கூவி கூவி விற்கும்
எங்கள் ஊர் சந்தையில்...
சிலசமயம்
ஊர் கதையும் விற்கப்படும் !

முரண்பாடான வாழ்வில்
முற்றுகை இடப்பட்டு...
முயன்றவரை
மூர்க்கத்தனமாக போராடி...
முடிவில்
அத்தனையும் அற்றுப்போய்...
பரமன் எனும்

அகந்தை அமிழ்ந்து...
பகவானிடம்
பாதம் பற்றுவதே
இம்மானுட பிறப்பு !

டோபாஸ் பிளேடு
கத்திரிக்கோல்
சோப்பு நுரை டப்பா
சிறிய முகக்கண்ணாடி
என
முகச்சவரம் முடித்து...
மீசை கிருதா சரி செய்து...
படிகம் தடவி...
முகத்தில் சிறு முறுவலுடன்
துண்டை உதறும் தாத்தா... சவரம் !

பட்டமரம்
என பகடி செய்யும்
அறிவிலிகளுக்கு
என்ன தெரியும்...
மரம்
இருந்தாலும் இறந்தாலும்
ஒரு மாபெரும் கொடை என்று !

மரம் சுற்றி
விளக்கு ஏற்றி
விபூதி பூசி
சுண்டல் தின்று
பரீட்சை வேண்டுதல் நிறைவேற்றி
சிலநேரம்
சில்லறை காசு திருட்டையும்
படையல் திருட்டையும்
பண்டமாற்று முறையில் சரிசெய்த
பள்ளிப்பருவம்... ஆலமர பிள்ளையார் !

மஞ்சள் பூசிய முகமும்
நெற்றி நிறைய குங்குமமும்
வாய் நிறைய சிரிப்புடன்
ஒரு முழம் பூ
வாங்கிட்டு போ ராசா என்றவுடன்...
எனக்கு
யாரும் இல்ல பாட்டி என்றவுடன்
சாமிக்கு
ஒரு முழம் வாங்கி போடு சுண்ணு
என வாஞ்சையுடன் கூறும்
பூக்கடை மங்கலம் பாட்டி !

பகட்டான பயணத்தில்
கிடைக்கா இன்பமும்
அனுபவமும் பல...
நறுக்கிய வெங்காயம்
சிறிது கொத்தமல்லி
துருவிய மாங்காய்
எலுமிச்சை சாறு
என
இவை அனைத்தும் சேர்த்த
குவளை சுண்டல் கலவை
ஒரு சிறந்த உதாரணம் !

தம்பியும் நானும்
கைக்கோர்த்து...
மழை நீரில் நடை பழகி
மனம் மகிழ...
வாழ்க்கையும்
நீர் மேல் நடப்பது போல தான்
என உரைத்தவள் அன்னை !
அன்று சிரித்த நாங்கள்
இன்று சிந்திக்கிறோம்...

தனியா தாகம்
குறையா குரோதம்

தகர்க்கும் மின்னல்
மீளா துயரம்
வடியா வறுமை
சூறையாடும் சு(சூ)ழல்காற்று
என
வாழ்க்கை புரட்டினாலும்...
கொட்டும் அடைமழையில்
தனை தானம் செய்வது
ஒரு தனி சுகமே !

நிதமும் உனை கண்டு
உப்பரிகையில் நின்று
காதல் கணை வீச...
இன்றோ
பூ மழை சாரல் பொழிந்து
உனை வரவேற்கின்றன
என் அன்பு காதலனே !

அத்தனையும்
இழந்தவன் மட்டும்
அகதி அல்ல...
உறவுகளால் உதறப்பட்டு
உணர்ச்சிகளால் கொல்லப்பட்டு
உரிமைகள் பிடுங்கப்பட்டு

உண்டிக்கு ஊர் சுற்றி
உயிர் சுமக்கும் அனைவரும்
அகதிகள் தானே !?

வறுமையும்
நல்லொழுக்க வாழ்க்கை முறையும்
கற்பிப்பதை...
வளமையும்
வரையறா வாழ்க்கை முறையும்
கற்பிப்பதில்லை !

நேற்றல்ல... இன்றல்ல...
பட்டினப்பாலை
திருமுருகாற்றுப்படை தொடங்கி
தொன்மையும் தொல்லியலும்
போற்றும் பெரும் வரலாறு நீ !
கட்டு சேவலாய் களமிறங்கி
கத்திக்கால் சண்டை
வெத்துக்கால் சண்டை
என வெளுத்து வாங்கும்
வேலவன் வாகனம் நீ... சேவல் !

ஆயற்பாடி கண்ணன்

கோகுல கண்ணன்
மாய கண்ணன்
என எத்தனையோ
கண்ணன் இருக்க...
பிருந்தாவன கண்ணன் மீது மட்டும்
என்னவளுக்கு அதீத பற்று ஏனோ !

ஓராயிரம் ஒவ்வாமையுடன்
ஒட்டுண்ணி வாழ்க்கை வாழும்
நம்மில் தான்
நிதமும் கடக்கும் சாலையோரத்தில்
ஒரு கையில்
ஒரு பிடி மண் சோறும்
மறுகையில்
ஒற்றை செருப்பு சுமக்கும்
இளம்பிஞ்சும் அடக்கம்...

பச்சை குதிரை, பல்லாங்குழி,
கண்ணாமூச்சி, கபடி,
கை பந்து, கோலி சோடா,
பம்பரம், கில்லி,
நொண்டி ஆட்டம், மூனு கால் ஓட்டம்,
தொடு விளையாட்டு, நுங்கு வண்டி,
டயர் ஓட்டம், சைக்கிள் பந்தயம்,
தவளை பந்தயம்,

குறி பார்த்து எறிதல்,
குரங்கு தாவல், ஓணான் வேட்டை,
தூக்கணாங்குருவி கூடு வேட்டை,
நாய் வேட்டை,
சாக்கு மூட்டை பந்தயம்
என எண்ணற்ற நினைவுகள்
சுமக்கும் பள்ளிப்பருவம் !

சிறு பிள்ளைகள்
பூனை குட்டியுடன் தனை
மறந்து களிக்கும்...
எப்படி !?
பெற்றோர் பிரிவு
சகோதர சண்டை
வயிற்று பசி
உடல்நல குறைவு
உறவுகளின் உதாசீனம்
என அனைத்தும் மறந்து
களிக்கும் தேவதைகள் அவர்கள் !

ஆலய வாசலில் அமர்ந்து
நான் கையேந்தி சேர்க்கும்
சில்லறை குவியலும்
சிதறு தேங்காய் குவியலும்
சிற்றுண்டிக்கு மட்டுமல்ல...

என்னைப்போல் அல்லாடும்
ஜீவன்களுடன் பகிர்ந்துண்ணவும் தான்...
அதில்
ஐந்தறிவும் அடக்கம்
ஆறறிவும் அடக்கம்... மனிதம் !

நம்மில்
பாம்பும் உண்டு
கீரியும் உண்டு...
இவ்விரண்டும்
கண்டாலும் சரி
கடந்தாலும் சரி
மரணம் நிகழ்வது
நிச்சயம்...
அது
மனமா இல்லை
மனிதனா என்பதே
கேள்விக்குறி !?

மர பொம்மைக்கு
பல வண்ணம் தீட்டி...
எங்கள்
கருப்பு வெள்ளை
வாழ்க்கைக்கு...
வானவில்
ஜன்னல் வைத்து

வயிறார அமுது
படைத்தவள்... அம்மா !

பண்ணிசை அறியோம்
பாணன் அறியோம்
பாடினி அறியோம்
இதில் எங்கே
பாணாற்றுப்படை காண !?

ஒருபுறம்
கோவிலுக்கு
மணி சாத்தும் கூட்டம்...
மறுபுறம்
கோவிலில்
மணி அடிக்கும் கூட்டம்...
இதில்
நீயும் நானும்
எங்கு காண்போம்
கோவில் மணிக்கு பின்
ஒளிந்திருக்கும்
அறிவியலையும் ஆன்மீகத்தையும் !

மனம் விரும்பும் வீடு
மாடி படிக்கட்டு

பாரிஜாத தோட்டம்
கொண்டாடும் குடும்பம்
வளம் குன்றா வாழ்க்கை
சிறகடிக்கும்
சிட்டுக்குருவி கூடு...
சீர்குலையா சிந்தனை
புத்தக நண்பன்
புகழுடன் புன்சிரிப்பு
இதுவல்லவோ
என் வாழ்நாள் சாதனை !

விதை விதைத்து
நாற்று நட்டு
களை எடுத்து
பயிர் விளைய மடைத்திறந்து
பருவம் வரை காத்திருந்து
இராக்காவல் காத்து
பயிர் முற்றி கொடை சாய...
கண் திருஷ்டி கழித்து
தடையற
அறுவடை நிகழ...
படையல் போட்டு
பகவானை துதிப்பவன்... விவசாயி !

ஒரே ஓட்டத்தில்
கிராம வீதிகளை அளந்து
எதிர் கண்ட நண்பர்களை
விளையாட அழைத்து...
களைக்கும் வரை
ஆடி ஓடி களித்து
ஊர்க்கோவில் பூசைமணி முழங்க
கோவில் பிரசாதம் வாங்க
முண்டியடித்த சிறுவர் குழு !

குடும்ப சுமை
வயிற்று பிழைப்பு
ஊதாரி பெற்றோர்
என பல காரணிகளால்
கனவு கூடு கசக்கப்பட்டு
உணர்வுகள் ஊமையாக்கப்பட்டு
கண்ணீர் கரைக்கப்பட்டு
கை கால்கள் மட்டுமா...
இதயமும்
இரும்பாக்கப்படுகிறது... இளஞ்சிறார் !

மூச்சு முட்ட
கருவினில் சுமந்து
பத்து மாதம் பட்டென
கழிய வேண்டி
பாரம் இறக்கும்

கூட்டம் இருக்க...
கடைசி மூச்சு வரை
முன்னும் பின்னும் சுமந்து
மகவை மனிதனாய் மாற்ற
துடிப்பவள் சிலரே... அம்மா !

ஐந்து நிமிடம்
குப்பை கிளறும்
சிறுவனின் பக்குவம்
காணுகையில்...
கலந்தாய்வு பகுப்பாய்வு கற்க...
பட்டப்படிப்பு தேவையா
எனும் வினா
நம்முள் துளிர்க்கிறது !

ரோட்டோர சிக்கனலில்
கை ஏந்தும்
பிஞ்சிகளுக்கு...
பொய், பித்தலாட்டம்,
ஏமாற்று வித்தை, சூது
மற்றும்
கள்ளத்தனத்துடன்
கபடமும் கலந்து
கற்பித்த கயவர் கூட்டம்...
உரிய நேரத்தில் உதவும்
உண்மை ஜீவன்களை

ஜீவசமாதி செய்து விட்டன...

போனதடவை
முடிவெட்டு சரியில்ல
இப்பவாவது
நான் சொல்வது நடக்கட்டும்
ம்ம்ம்ம்.... ம்ம்ம்
மீசை கத்தி மாதிரி
கிருதா கோடரி போல
சவரம் கண்ணாடி போல
இருக்கணும் புரியுதா
என
ஜம்பம் பேசி மிரட்டும்
கனவான்களின் பேச்சு
இப்போதும்
சவரக்கடையினில் கேட்கமுடிகிறது !

எட்டி எட்டி
வாசல் பார்த்து...
முடங்கி முடங்கி
முகம் மறைத்து...
இந்த
வசதி வாய்ப்பு
நமக்கு கிட்டாதா என ஏங்கும்
பள்ளிக்கு முன்
பஞ்சுமிட்டாய் விற்கும்
சிறுவனின் தவிப்பை

எப்படி எழுதுவது ?

பேச்சு வாக்கில்
கரணம் தப்பினால் மரணம்
என தந்தை கூற...
சிறுவயதில்
நான் சிரித்தது
எவ்வளவு பெரிய
முட்டாள்தனம் என்பது
கயிற்று மேல் நடக்கும்
சிறுமியின் சாகசம் மெய்ப்பித்தது !

தட்டை பம்பரம்
சட்டி பம்பரம்
பூ பம்பரம்
சுரைக்காய் பம்பரம்
என விதவிதமான
பம்பர பரிக்கை செய்து
விர்... விர்... என
சாட்டை சுழற்றி தோண்டிய
வீதி பள்ளம்
இன்றும் நினைவில்
கிராமத்தினர் வசவு உட்பட !

கொட்டும் மழையே
கொடை என அறியாது
கொடை தேடி...
காதலி கரம் பற்றி
இங்கும் அங்கும் ஓடி...
தொப்பென நனைந்து
என்னவளின் கதகதப்பில்...
ஒதுங்க இடம் இன்றி
சாலை ஓர மரங்களை
மட்டுமா சபித்தேன் !?
மரங்களை வெட்டிய
மண்டைகளையும் தான்...

குடும்பத்தை ஏமாற்றி
கேடுகெட்ட சகவாசம் வளர்த்து
பொழுது சாயும் வரை
புகைத்தும் சுகித்தும் இருந்து
தினக்கூலி திவால் ஆனதும்
சோம்பி கிடைக்க
வீடு சேரும் கபடதாரி
எங்கள் ஊதாரி அப்பன்...

ஒரு பக்கா கடலை பொரி
கால் பக்கா காராசேவ்
கால் பக்கா மிச்சர்
கால் பக்கா கிழங்கு சீவல்
கொஞ்சம்
கை முறுக்கு மற்றும் தட்டுவடை

வாங்கிட்டு வா...
மறக்காம
செட்டியார் கடை காகிதப்பை
கொண்டு போ என்று
காசுடன் மஞ்சப்பையும்
கரத்தில் திணிப்பாள் கிழவி !

குளிர் காற்று குத்திட்டியாய் கிழிக்க
மலைப்பயணம் செய்ததுண்டா ?
மலையருவி கண்டதுண்டா ?
தினை மாவும் மலைத்தேனும் சுவைத்ததுண்டா ?
மலைக்கனி பறித்ததுண்டா ?
மலை முகட்டில் நின்று
மேகக்கூட்டத்தில் வால் வீசியதுண்டா ?
நட்சத்திர இரவை மல்லாந்து இரசித்ததுண்டா ?
நடுசாம கோட்டான் அலறல் கேட்டதுண்டா ?
பனிக்காற்றும் பகலவனும் மோதும்
அதிகாலை கண்டதுண்டா ?
மலைவாழ் மக்களின்
வாழ்க்கையையும் வழக்குமுறையும் கண்டதுண்டா
இல்லை
அவர்தாம் உன்னால் பயனடைந்ததுண்டா ?
என அடுக்கிய கிழவியின் பல கேள்விகளுக்கு
விடைக்காணும் தொடர்பயணம் என்று தொடங்குமோ ?

அவள் அள்ளித்தந்த முத்தங்கள்
அவள் அணைத்த கதகதப்பு

என

அவள் வழங்கிய பல
நினைவில் இல்லை...
இதை அறிந்தவள்
கிடத்தியதால் தான்
என்னவோ அத்தனை சுகம்
யுகங்கள் கடந்தும்
யுக யுகமாய் வேண்டியும்
எமக்கு கிட்டா வரம்
அன்னையும்
அவள் கட்டிய தொட்டிலும்...

வரப்பு உயர
நீர்வரப்புகள் வற்றி விட்டன
தோப்பு மரங்கள் உயர
தோட்டங்கள் கை மாறின
நாங்கள் வளர
இன்பங்கள் பறந்து விட்டன
நட்பு வளர
துரோகங்கள் எட்டி பார்த்தன
ஏன்... வறுமையால் பல குடிகள்
தாழ்ந்தும் போயின...
இங்கு
ஏழை பணக்காரன் ஏற்றத்தாழ்வு மட்டும்
சரிசம வளர்ச்சி !

ஆதி குடி அறியாது
மூத்தகுடி முடக்கப்பட்டு
பழங்குடியும் சிதைக்கப்பட
அனைத்து குடிகளும்
கடைபிடித்து காப்பாற்றி
கரைசேர்த்த கலாச்சாரம்
எங்கே !?
சுற்றும் முற்றும்
பார்த்தேன்
கண்ணுக்கெட்டிய தூரம் வரை
சீர்குலைத்த
சிறுமதி கூட்டத்தின் சுவடுகளே...

பிழைத்த
மரபு கடத்தலால் மரபுப்பிழை
மரித்த
மரபு கடத்தலால் மன இறுக்கம்
வாழும்
மரபு கடத்தலால் வறலும் வாழ்க்கை...

பாட்டனின் மிடுக்கு
பாட்டனின் பகட்டு
பாட்டனின் ஜம்பம்
பாட்டனின் பகல் வேஷம்
என அத்தனையும்
ஒடுங்கிப்போகும்
பாட்டியின் ஒற்றை பார்வையில்...

அவள்
பார்வையில் காட்டு நெல்லி
வார்த்தையில் கட்டுவிரியன் !

• 35 •

தேனில்
மலைத்தேன்
கொம்புத்தேன்
சிறுதேன்
வகைப்பாடு எளிது
மனிதனில்
வகைப்பாடு எளிதா !?
முயற்சித்து பார்த்தேன்
முழி பிதுங்கியது
முட்டிப்பார்த்தேன்
முண்டமே மிஞ்சியது...

வேட்டி சேலை
பச்சரிசி வெல்லம்
கரும்பு கல்கண்டு
முந்திரி திராட்சை
பாயச சேமியா பருப்பு
இது போக
எங்க வீட்டு
மைனர் மாப்பிள்ளை
கைச்செலவுக்கு காசு வேற...
அரசு சொல்லுது
இது இலவசம் இல்ல

விலையில்லா
பண்டிகை பொருட்கள் என்று...
பானை மட்டுமா
உழைப்பாளி வியர்வையால்
உரு பெறுது !?

நடையினில் களிறு
அன்பில் பிடி
கடுஞ்சினத்தில் மதகரி
நினைவில் யானையாய்
வாழும் வரம் அருளாயோ !?

கண்ணில் பட்ட
அம்புலிமாமா
அக்பர் பீர்பால்
ராணி காமிக்ஸ்
சிறுகதைகள்
சினிமா செய்திகள்
துண்டு பிரசுரம் மட்டுமா !?
மனதிற்கு பிடித்த
வாசிப்பில்
பள்ளி ஆசிரியரின்
பிரம்படி, குட்டு,
வசவு, நண்பர்கள் கேலி
என அத்தனையும்
காற்றில் பறந்தன
எனக்கு

படிக்க மற்றும் படிப்பு வரும்
எனும் சந்தோசத்தில்...

வருவோர் போவோர்
காது பட பேசினர்
நல்லதும் கெட்டதும்
நார் நாராய் நலிந்த உடம்பு
இது தேறாது என்றாள்
வாய்த்தவளின் உறவுக்காரி
இழுத்துகிட்டு கிடக்கு
எப்போ போகுமோ என
ஒத்து ஊதினாள் வாய்த்தவள்
பட்டதும் பார்த்ததும் எண்ணி
மனம் வெம்பி குமுற
சிறு அசைவு உடலில்...
அப்பா பட்ட பாடு
கொஞ்சமா நஞ்சமா எனும்
மகன் மகளின் உரையாடல்
ஜன்னல் வழியே காதில் விழ
வழிந்தோடிய கண்ணீர் துளிகளை
ஓடிவந்து துடைத்தாள் மகள்
கரம் பற்றி வருடினான் மகன்
சாந்தி அடைந்த மனம்
விரைவாய் பயணப்பட்டது
ஈசனின் பாதம் பற்ற... இறுதி யாத்திரை !

இரயில் பெட்டியில்
இங்கே வா என அழைத்து
சிறுவனிடம் குசு குசு என
இரகசியம் பேசினால் அம்மா...
பாவம் அவனுக்கு தான்
ஒன்றும் காதில் விழவில்லை
பொம்மை வியாபாரி
தன் பெட்டி கடந்து
அடுத்த பெட்டிக்கு செல்வதால்...

அரிசி புடைக்கும்
தாளத்திற்கு தவறாமல்
தலை ஆட்ட வந்து சேரும்
எங்கள் வீட்டு சேவல் !
போ போ என
போக்கு காட்டினாலும்
பதுங்கி பதுங்கி பவ்யமாய்
தாளத்திற்கு தலை ஆட்டி
நொய் குருணை
வேட்டையில் இறங்குவான்
வயிறு நிறைந்ததும்
வாய்க்காலில் வான் பார்த்து
சிறிது நீர் அருந்தி
இறகடித்து தலை சிலுப்பி
கொக்கரக்கோ எனும் கூவலுடன்
ஊர் சுற்ற கிளம்புவான் !

ரஸ்தாளி பச்சை
நாட்டு மலை
பேயன் நவரை
பூவன் கற்பூரம்
சக்கரை மொந்தன்
நேந்திரம் கருவன்
அடுக்கு வெள்ளை
ஏலரிசி மோரீஸ்
செவ்வாழை என
ரக ரகமாய் அடுக்கி
ஆசை தீர பார்த்து
அழுங்காமல் குலுங்காமல்
பக்குவமாய் எடை போட்டு
புன்சிரிப்புடன்
மஞ்சள் பையில் போடும்
அண்ணாச்சி கடை
வாழைப்பழமே தனி ருசி !

பாகற்காய் அவரைக்காய்
புடலங்காய் சுரைக்காய்
பந்தலில் படல் அமைத்து
நிலத்தை சமனாக்கி
ஜன்னல் கதவு வைத்து
வீடு கட்டி தோரணம் தொங்க
சொப்பு பாத்திரங்கள் அடுக்கி
சமையல் செய்து
சிறுவர் குழு புடைசூழ
புதுமனை புகுவிழா செய்தால்

எங்களுக்கு தெரியாமல்
எட்டிப்பார்த்தான் கொம்பேறிமூக்கன்
அம்மா அலறலுடன்
முட்டுக்கட்டை போட்டாள்
எங்கள்
புதுமனை புகுவிழாவிற்கு...

புதைக்கவும் தோண்ட
செய்வதும் மனிதன் அல்ல
சேர்க்கவும் செலவழிக்க
செய்வதும் மனிதன் அல்ல
வாழ்வதும் வீழ்த்த
செய்வதும் மனிதன் அல்ல
மறப்பதும் மன்னிக்க
செய்வதும் மனிதன் அல்ல
அணுகுவதும் அனுமதி
செய்வதும் மனிதன் அல்ல
போற்றுவதும் தூற்ற
செய்வதும் மனிதன் அல்ல... காலம் !

கீரைக்கட்டு சுமக்கும்
அன்னம்மா மாதிரி இருக்கு
என எனக்கு நானே பேச...
வயது என்பதை தாண்டியாச்சி
இன்னமும் நடை உடையுடன்
பூமிக்கு பாரமாய்
இருக்கேன் என

சொல்லிக்கிட்டு கிடக்கு கிழவி
அன்னம்மா மக தான் நானு
என கேக்காமலே
உறவை புதுப்பித்தாள் புன்சிரிப்புடன் !

இலந்தை விற்கும் இசக்கி
ஏறாத மலை இல்ல
காணாத
மலங்காட்டு பழம் இல்ல
மலைவாழ் மகள் அவள்
கண்ணாலம் எப்ப இசக்கி
என்றவுடன்
குறும்பாய் கண் சிமிட்டி
கட்டிக்கிறியா சாமி என்பாள்
வெள்ளந்தியாய்...
அசடு வழிய நகர்வேன்
அடுத்த கடைக்கு... ஊர் சந்தை !

உன் பேச்சுக்கு
குரங்கே இப்படி
குட்டிக்கரணம் அடிக்குதே
பாவம் உன் புருஷன்
என்றதும்
சிரித்த நாடோடி மகள்
அதுக்கு பயந்து தான்
அவரு கயிறு மேல
நடக்குறாரு என்று
தன் வயிறை தடவி
யாசகம் கேட்டு கை நீட்டினாள்...

பூக்காரி
குடைக்காரி
பொம்மைக்காரி
வேர்க்கடலைக்காரி
என நிதமும்
ஒரு அவதாரம் எடுக்கிறாள்
இன்றோ
பழக்காரியாய் முன் வந்து
புன்னகை பூக்க
நானோ தயக்கத்துடன்
நெளிகிறேன்
அவளிடம் வாங்கவா விற்கவா !?

சனி சந்தையில்
ஆடு விற்கும் வரை
ஆட்டை விட்டு
நகரமாட்டார் முதியவர்
முடிந்தவரை தீனி போட்டு
தடவிக்கொடுத்து
தன்னை கட்டுப்படுத்தி
கொள்வார்
விலை படிந்ததும்
கயிறு கை மாறும்
விலக மனமில்லாமல்
விடைபெற
அடுத்தமுறை
இளங்குட்டியா இருக்கட்டும்
என்றவருக்கு தலைமட்டும் ஆட்டி

தள்ளாடி நடை கட்டுவார்
கனத்த மனதுடன்... வறுமை !

பொன்னாத்தா
உம்மவளுக்கு படிப்பு
பஞ்சாமிர்தம் போல வருது
கவல படாத என்றதும்
எல்லாம்
உங்க புண்ணியம் தான் சாமி
என கை கூப்ப
உங்கம்மாவுக்கு
நல்ல படிச்சி வேலைக்கு போய்
என்ன வாங்கி தரப்போற சிட்டு
என்றதும்
ஜிமிக்கி கை வளையல்
அய்யா என அசடு வழிய
அம்மா மகளின் குபீர் சிரிப்பு
செங்கல் சூளை
தாண்டும் வரை கேட்கும்... தினக்கூலி !

அந்தி சாய
கறவையும் கன்றுமாய்
ஓடை கடப்பான் முருகன்
அரசமர இளவட்ட கூட்டம்
கேலி பேச
புன்சிரிப்புடன் கடப்பான்
நிதமும்...

காலம் கடக்க
ஈரெட்டு கறவைகளுடன்
வாழ்க்கை வளமானது
இன்று வளர்ந்து
கண்ணியத்துடன்
ஓடை கடக்கிறான் ஊரார்
நலம் விசாரிப்புடன் !

சிறுமழையோ பெரு மழையோ
அடுப்பில் உலை கொதிக்கும்...
புழக்கடையில் பாத்திரம் கழுவும்
சத்தம் கேட்டு ஓடினால்
தனக்கு தானே பேசும் முனகல் கேட்டு
இங்கும் அங்கும் நோட்டம் விட
சரக் சரக் என
பாத்திரம் தேய்க்கும் அவளின்
முகமெங்கும்
முத்து முத்தாய் நீர் துளிகள்...
நிச்சயம் அவை
மழை நீர் துளிகள் மட்டுமல்ல
அவளின் கண்ணீர் துளிகளும் தான்...
ஓடி வந்த பிள்ளைமனம்
மழைக்காக குடை பிடிக்க
சட்டென தேய்பிறை மதி மறைந்து
வளர்பிறை முழுமதி கண்டேன்
அம்மாவின் முகத்தில் !

அம்மா... அம்மா...
நான் கேட்டது மறந்துட்டியா...
வடை சுட தெரியாதவனுக்கு
வாக்கப்பட்டு
நானே வதங்கி கிடக்கேன்
பேசாம போடா
டேர் போறானாம் டேர்...
ரெண்டு சமோசா
இல்லனா ஒரு வடையாவது
சாப்பிட்டு போடா கண்ணு
எனும் அழைப்புக்கு
வேண்டாம் என கூற
வாய் வராமல்...
தலை மட்டும் ஆட்டி
அப்பாவின் பலகாரக்கடை
கடந்த நாட்கள் இன்றும் ரணமாய்...

வீசப்பட்டேன் தூக்கி
உதாசீன பட்டேன் வேண்டாமென
மிதிப்பட்டேன் வேண்டுமென
தடுக்கப்பட்டேன் தராதரம் பார்த்து
ஒடுக்கப்பட்டேன் ஓயாது
சூழப்பட்டேன் சூதாக
வெட்டப்படுவேன் வெஞ்சினத்தால்
ஓர்நாள்
சாய்க்கப்படுவேன் வேரோடு...

அறிவாயோ
உன் வாழ்நாளில் வெல்ல முடியா
வீரிய விதை நான் !

நரகத்தின் வாயிலில்
நான் ஒன்று கண்டேன்...
அவளுக்காக வாழ்ந்தேன்
இவனுக்காக வாழ்ந்தேன்
உனக்காக வாழ்ந்தேன்
பெற்றோருக்காக வாழ்ந்தேன்
எனும் பேத்தலுக்கு நடுவே
வெறுமை எனை விடாது துரத்த
கண் மூடி இளைப்பாறினேன்...
சிறிதாவது உனக்காக வாழ்ந்தாய
சிந்தித்து சொல் சிக்கனமாக என
நித்திரை களைத்தான் நிழல் அரக்கன் !

மாடி வீட்டுக்குள்
கூடார வீடு கட்டி
குழு குழு மெத்தையில்
கொலு பொம்மையாய் உறங்கும்
எங்கள் வீட்டு செல்லம் கேட்டால்
ஒழுகும் வீட்டிலும்
ஓலை குடிசையிலும்
எப்படி தூங்க முடியும் அப்பா !?
விளக்க ஆயிரம் இருந்தும்
வாழ்க்கை ஒரு விடுகதை என்றேன்...

அவளும் புன்னகையுடன்
விடை கண்டு பிடிப்பேன் என்று
மறைந்தாள்
அம்மாவை தேடி !

தலை சிலுப்பி
வியர்வை முத்துக்கள் வழிய
ஏறி முடித்த முகடை முத்தமிட்டு
வான் எங்கும் பகலவன் பாய
கைகளை சிறகாக்கி
மேகக்கூட்டம் தழுவி
கடந்தேன் உன்னை
கண்டேன் பல
முயன்றேன் விடாது
வென்றேன் என மனம்
கொக்கரிக்க...
வாமன அவதாரமாய்
எதிரில் கண்டேன்... பெருமலை !

வீசி எறிந்ததை
விரட்டி விரட்டி உண்டு
வீராப்பாக நடைபழக
விருப்பமில்லை...
போகிறபோக்கில்
எஞ்சியதை வீசி கடப்பவர்
போகட்டும்...
ரோட்டோரத்தில்

எனக்காக ஒரு நிமிடம் ஒதுக்கி
ஓடுவதை நிறுத்தி
ரொட்டி துண்டும் தாகம் தணிக்க
சிறிது தண்ணீரும் தரும்
மனிதர்கள் அரிது...
வயதாகிறதல்லவா
அவர் தரும்
ஒருவேளை உணவே எனக்கு
மருந்தும் மனஅமைதியும்... தெருநாய் !

ஒரே வீதியில்
பலமுறை கடக்கிறோம்
கண்கள் காண்பதில்லை
அவள் பார்த்தால் பழிச்சொல்
நான் பார்த்தால் பங்கம்
ஏதோ என்னமோ
மனபரிமாற்றம் மட்டும்
சரியாக இருக்கும் இருவருக்கும்...
பண்டிகை காலங்களில்
சிலசமயம் புன்னகைத்து கடப்பாள்
எங்கள்
இருவருக்கும் மட்டுமே விளங்கும்
அதில் ஓராயிரம் நினைவுகள்
அடக்கம் என...
இரண்டு பிள்ளைகளுக்கு
தாயாகி விட்டாள்... முறிந்த காதல் !

கோபுர தரிசனம்
நந்தவன தோப்பு
நீராடும் குளக்கரை என
எங்கும் நிறைந்து
நறுமணம் கமழ காத்திருப்பு...
எங்களுக்கும்
அச்சம் மடம் நாணம் பயிர்ப்பு
உண்டு
இறைவன் சூடும் மாலையில்
இடம் வேண்டாம்
இறைவனின் பாதம் பற்றவும்
வழியில்லை...
இறைவன் நீராட
நீ சுமக்கும் குடுவை நீர்
நிதமும் சிதறுவதால்
குளக்கரை படிக்கட்டில்
உதிரிப்பூக்களாய் தவம் கிடந்து
தாகம் தணிக்கிறோம்...
எங்கும் தீட்டு எதிலும் தீட்டு
என்ன செய்ய... குளக்கரை பூக்கள் !

பகலில் பார்ப்பதற்கு
பவ்யமாய் இருந்தாலும்
குடும்ப பசி தீர்க்கும் பகாசுரன்...
கண்ணில் படும்
வேலை எல்லாம் செய்வார்
கணம் பார்க்காமல்...
அந்தி சாய்கையில்

அடைகாக்கும் தாய் பறவை
இரவிலோ
குழந்தை கும்பகர்ணன்... அப்பா !

மணம் முடித்து
மாப்பிள்ளை காரில் ஏறு என்றதும்
அப்பா போய் வருகிறேன்
உடம்பை பார்த்து கொள்ளுங்கள்
உங்களுக்கு எது வேண்டுமோ
தயங்காமல் கேளுங்கள் என்றாள் மகள்...
புன்னகை பூக்க
தலை மட்டும் ஆடினார்
போய் வா என கூற மனமில்லாமல்...
நான் அனுப்பிய அனைத்தும் அருமை
என்று கூறி பத்திரப்படுத்தியவர்
உன் பரிசுகளில்
எனக்கு மிகவும் பிடித்தது
உன் பிஞ்சி விரல்களின் வருடல்
என எழுதி இருந்தார்... அப்பாவின் டைரி !

பெரிதாக ஒன்றும் சிறக்கவில்லை
அக்காவின் வாழ்க்கை...
தயங்கி தயங்கி வீட்டு படிதாண்டி
அக்கா எப்படி இருக்க
அடடே குட்டி வா இங்க
அக்கா எந்த குறையும் இல்லாம
உங்கள பாத்துக்குதா மாமா

என்றதும்
குறும்பாக ரெண்டு வார்த்தை திட்டி
வா தம்பீ எப்படி இருக்க
உடம்பு துறும்பா கெடக்கு என்று
கண்கலங்கி பூரிப்பாய்
தலைகோதி கை பிடித்து
அழைக்கும் அன்னை... அக்கா !

கல்லூரி நாட்களில்
பழைய புத்தக கடைக்கு
சிறிது தயங்கி சென்றதுண்டு
காசு இருக்காது இருந்தாலும்
புது புத்தகம் வாங்க மனசு வராது...
எந்த புத்தகம் வாங்கினாலும்
10% தள்ளுபடி தம்பி...
திரும்ப குடுத்தா பாதி விலைக்கு
நானே எடுத்துகிறேனப்பா என்பார்...
புத்தகம் வாங்கி திரும்ப எத்தனிக்கையில்
நல்லா படிங்க தம்பி
உங்க அப்பா அம்மா கஷ்டப்பட்டு
காலேஜ் பீஸ் கட்டுறாங்க
ஊரு சுத்தி காசு செலவு பண்ணாதீங்க
நல்லா படிச்சி வேலைக்கு போய்
அவங்கள சந்தோசமா பாத்துக்கிங்க
என்ற வாசகம் மட்டும்
எப்போதும் நினைவில்...

கைவண்டி கூடவே இரு

இதோ வர்றேன் என

வாயில் ஏதோ முணுமுணுத்து

விந்தி விந்தி நடந்து

கைகட்டி இடுப்பு துண்டுடன்

கும்புடுறேன் முதலாளி என்றதும்

என்ன முத்து

இன்னைக்கு இழுவ கம்மி போல

கைவண்டி சரியில்ல வயிறு சரியில்ல

கதை எல்லாம் வேணாம்

குடுக்கிறத வாங்கிட்டு போ...

பையன் பசியில

வெளிய நிக்கிறான்

ஏதோ பாத்து குடுங்க சாமி...

என்னமோ போ...

கருக்கல்ல வந்து சேரு

இந்தா புடி என்றதும்

பவ்யமாய் வாங்கி கண்ணில் ஒற்றி

தலை ஆட்டி நடை கட்டுவார்

ஏன் எவ்வளவு என்று கேக்காம

பாவம் தினக்கூலி அல்லவா... அப்பா !

மார்பில் சாய்ந்து

உமிழ்நீர் வடிய

கடுங்குளிரில் கதகதப்பாய்

கனமில்லாமல் கட்டியணைத்து

பூவாய் உறங்கி

எனை பூதமாய் உறங்கச்செய்து

கவலைக்கும் களைப்புக்கும்
கடிவாளமிட்டவள்... மகள் !

குளக்கரை குளியல்
நீரோடை விளையாட்டு
குழாயடி சண்டை
நாற்று நடவு பருத்தி எடுப்பு
கடலை தேங்காய் தரம் பிரிப்பு
வார எண்ணெய் தேய்ப்பு
பேன் பார்த்தால்
சடுகுடு பல்லாங்குழி
அண்ணன் தங்கை ஆர்ப்பாட்டம்
மற்றும்
திருவிழாவில் உறங்காமல்
ஊர் சுற்றி கூத்து பார்த்து
களித்து கதைப்பேசி
கானா கண்டு
அம்மாவிடம் குட்டு வாங்கி
பொத்தி பொத்தி வளர்க்காத
வானம்பாடி கூட்டம் நாங்கள்... தலைமுறை !

அப்பா
நடக்க முடியல கால் வலிக்குது...
பின்னால பாரு...
அம்மா நம்மள புடிக்க
வேகமா எட்டி வைக்குது
நாம வீசி நடந்தா

அம்மாவுக்கு முன்னால வீடு வந்துரும்
புரியுதா...
அதோ அந்த வளவ தாண்டுனா
நம்ம ஊர் வந்துரும்...
நீயும் அண்ணனும்
ஒரே ஓட்டமா ஓடிப்போய்
அந்த வளவுல நின்னு
பாறாங்கல்லுல உக்காந்து
அம்மாவுக்கு கை காட்டுறிங்களா !?
சரிப்பா...
அண்ணா ஓடு ஓடு
அம்மா நம்மள புடிக்க வருது
என ஓடினோம்...
இப்போது புரிகிறது
அப்பா அம்மா எங்களுள் விதைத்த
விட்டு கொடுத்தல் விடாமுயற்சி
ஊக்குவித்தல் சகோதரத்துவம்
என எத்தனையோ... பெற்றோர்கள் !

சிறுவயதில் அம்மா
வாடா கன்றுக்குட்டி
நீ என் செல்லம் இல்ல
செல்லக்கண்ணு இல்ல
ஒரு வாய் சாப்பிட்டு ஓடு என்பாள்
அம்மா நான் மாடு இல்ல
எல்லோரும் என்ன கேலி செய்வாங்க
அப்படி கூப்பிடாத...
எனக்கு கோபம் கோபமா வருது

என்றதும்
சரி கண்ணா இனிமேல்
அப்படி கூப்பிடமாட்டேன் என்று
உச்சி முகர்ந்து இருகரம் நீட்டி
கண்ணேறு கழிப்பாள் அம்மா... தாய்ப்பாசம் !

நீ மாலுமி ஆகவும்
உன் தேர்வு மாலுமி போலவும் இருந்தால்
உன் வாழ்க்கை கப்பல்
தரை தட்டாது என்பாள் அம்மா...
எப்படி !?
நீதான் உன் வாழ்க்கைக்கு மாலுமி
தனியாக கப்பல் செலுத்த முடியாது
அதனால் உன் தேர்வு
மாலுமி போல இருக்க வேண்டும்...
நட்பு சொந்தம் பந்தம்
விருப்பு வெறுப்பு உட்பட...
அன்று விளங்கியது போல்
சிரித்து தலை ஆட்டினேன்
இன்று சிந்திக்கிறேன்
ஒற்றை ஆலமரமாய்... முதிர்ச்சி !

கொரோனா காலத்தில்
கதவு தட்டும் சத்தம் கேட்டு
யாரது என்று குரல் கொடுப்பாள்
இட்லி இருக்கா என்றதும்
அக்கம் பக்கம் பார்த்து

மெதுவா கதவு திறந்து
பார்சல் கட்டிக்கிட்டு போயிடு
போலீஸ் கெடுபிடி என முனகுவாள்
சரி என்றதும்
சிலநிமிட நேரத்தில்
வாழை இலை பார்சல் நீட்டி
பாத்து போய் வா என்பாள்
எங்களுக்கு உண்டி படைத்த
இட்லி கடை தெய்வம்... மங்கம்மா !

விறகு கட்டு சுமக்கும்
தாயும் தமக்கையும்
தம்பிக்கு கொஞ்சம்
தக்கை கட்டு தருவார்கள்...
அவன் தடம் மாறாமல்
வீடு சேர்ந்ததும்
அரவணைத்து கைதட்டி
நீ ஆண் மகன்டா கண்ணு
என்று உரமேற்றுவர்...
நாள் ஆக ஆக
தம்பி தாயாக இன்னும மிகாஞ்சம்
பாரம் கொடு என்பான்... உரமேற்றுதல் !

தவழ்ந்த போது
நடக்க முடியவில்லை
நடந்த போது
ஓட முடியவில்லை

ஓடிய போது
நிற்க முடியவில்லை
நின்ற போது
நிதானிக்க முடியவில்லை
கரம் பிடித்த போது
களைப்பாற முடியவில்லை
கண்ணீர் விட்ட போது
கனவு காண முடியவில்லை
கனவு காணும் போது
கரை காண முடியவில்லை... வாழ்க்கை !

கன்று மாடு
எருது எருமை
பூனை புறா
நாய் அணில்
என்று பாகுபாடு இன்றி
பழகும் உழவன் ஏனோ
மனிதர்களிடம் மட்டும்
ஒதுங்கி ஒடுங்கி வாழ்கிறான்...
காணாமல் கடக்கிறான்
கண்டால்
குறுநகை மட்டுமே பதிலாய்...
மரத்து போன மனம்
மனித உறவை
எளிதில் ஏற்பதில்லை !

அழுகிய பழங்களும்
அரை நிர்வாண ஆடைகளும்
வீசி எறிந்த குடிநீர் குப்பிகளும்
விழாக்கால எச்சில் இலை விருந்தும்
வாழ்க்கை எங்களுக்கு
வாய்ப்பு என்ற பெயரில் வழங்குகிறது
கூசாமல் நாங்களும்
வாழ்க்கை தரும் வாய்ப்பை
தவறாமல்
பயன்படுத்தி கொள்கிறோம்... வீ(வி)தி !

சிறுசு முதல் பெருசு வரை
சக்கர பொட்டி இழுக்குது
பொடுசுக நம்மள பாத்து
நமட்டு சிரிப்பு சிரிக்குது
அவிகள குத்தம் சொல்லி
என்ன செய்ய...
பெத்ததுங்க அவிக பொழப்ப பாக்குது
பெத்தவ போய் சேந்துட்டா
பொட்டி தூக்கி பொட்டி தூக்கி
பொசகெட்ட உடம்பு பழகி போச்சி
அஞ்சோ பத்தோ கொறையுது
இராதீனிக்கு...
பாப்போம் அடுத்த வண்டியில
லாட்டரி அடிக்குதான்னு... போர்ட்டர் !

எப்படியும்
மூழ்கி போகும்
எங்கு என்பது தான்
ஒரு கேள்விக்குறி...
அதற்குத்தானே
இத்தனை ஏற்பாடு...
ஒன்றா இரண்டா
வண்ணத்திற்கு ஒன்றாக
வானவில்லை தோற்கடிக்கும்
ஏழு கப்பல்கள்...
ஒவ்வொன்றாக விடுகிறேன்
தவறாமல் மூழ்கி விடுகிறது
வாழ்க்கை போல...
கொஞ்சம் நேரம் தான்
இருந்தாலும் ரசிக்கிறேன்
என் வாழ்க்கையை... காகித கப்பல் !

மழை வெயில் பாராமல்
காலையும் மாலையும்
புத்தகப்பை சுமந்து
பள்ளிக்கு உடன் வந்து
பல கதை சொல்லி
எறும்பாய் பாதைகள் கடந்து
பயண களைப்பு தெரியாமல்
என்னை வார்த்தையால்
கட்டிப்போட்ட வித்தகர்...
கால் ஒடிந்த காரணத்தால்

நடக்க முடியாமல் தவிக்கிறார்...
தினமும் நடந்த பாதை
நடக்க நடக்க நீள்கிறது அவரில்லாமல்
திண்ணையில் அமர்ந்து
எட்டி எட்டி பார்த்து கொண்டிருப்பார்
என் வருகை காண...
இதோ என் நடை ஓட்டமாகிறது
அவரை காண... தாத்தா !

சந்து சந்தாக நடப்பார்
யாரும் இல்லா தெருவில்
ராஜ நடை எதற்கு...
தானாக தலை ஆட்டி சிரிப்பார்
சில வீட்டு வாசல் பார்த்து...
யாரை பாக்க போறோம் என்றால்
சொல்றேன் வா என்பார்
கடைசிவரை சொல்லமாட்டார்...
நடந்து தீர்ந்தால் நாளைக்கு
வேற இடத்துக்கு போலாம் என்பார்
ஒரு தின்பண்டம் கொடுத்து...
சிறுவனாக இருந்தபோது
புரியாத எனக்கு புரிகிறது இப்போது
அவர் கடந்த காலத்தை
மீண்டும் காண
நாங்கள் செய்த பயணம் என...
மீன் போல அல்லவா துள்ளி குதித்து
நடந்தோம் இருவரும்... தாத்தா !

இதோ வர்றேன் முதலாளி
நீங்க சொடுக்கு போடுறதுக்குள்ள
ஓடி வர்றேன்னு போனான்
இன்னும் ஆள காணோம்
குறுக்கு சந்துல
அப்படி என்ன தான் இருக்கோ...
யோசித்த முதலாளிக்கு
என்ன விளங்க போகிறது...
கூலி கொடுக்காத முதலாளி
கொஞ்சம் பொருமட்டும்
சாவகாசமா போலாம் முருகா
இந்தா புடி...
ஒரு இழுப்பு இழுத்துட்டு போ
ஒன்னும் குடி முழுகி போகாது... சுருட்டு !

அண்ணே
பாக்கு பாக்கெட்டு ஒன்னு தாங்க...
பல்ல உடைப்பேன் போடா
மொழச்சி மூனு இல விடல
பாக்கு கேக்குதா தொரைக்கு...
தாத்தாவுக்கு தான்
பின்ன எனக்கா...
போய் பாட்டன்கிட்ட
எழிதி வாங்கிட்டு வா...
அவரு கை நாட்டு போடுவாறு
வேணும்னா நான் எழுதி

கை நாட்டு வாங்கி வர்றேன்
போதுமா...
உம் பாட்டனுக்கு தான் புத்தி இல்ல
உனக்கு எங்கடா போச்சி புத்தி !?
மாட்டேன்னு சொன்னா
தட்டு வடைக்கும் ஐவ்வு முட்டாய்க்கும்
காசு கிடைக்குமா... கையூட்டு !

குட்டி பையா
ஒரு எட்டு பார்றா...
பொழுது சாயுது
மதிய சாப்பாட்டுக்கு
ஆள காணல...
சோக்கு பாட்டன
சொர்க்கம் பாத்தது போதும்
பாட்டி படக்குனு
வர சொல்லுதுன்னு போய் சொல்லு...
பல்லி மாதிரி உடம்பு
ஆனா
பாம்பாட்டம் படுத்துகிட்டு
கெடக்கும்... ஊர் திண்ணை !

தண்ணீர் கண்டால் போதும்
குளம் குட்டை
கேணி கிணறு
ஏரி கண்மாய் என்று பாராமல்
எகிறி எகிறி குதிப்போம்

அம்மா அப்பா முன்னால் மட்டும்
காக்கா குளியல்...
ஒரு கையில்
அரைக்கால் சட்டை இழுத்து பிடித்து
மறுகையை
தோளில் போட்டு
எங்கும் நடக்கும் ஒட்டிப்பிறக்கா
இரட்டை பிறவிகள்
நானும் தம்பியும்... சகோதரர்கள் !

ஊர் கோடியில் ஒற்றைவீடு
ஓடி ஆடி விளையாடும்
அண்ணன் தம்பி
அதட்டும் அம்மா
அரவணைக்கும் அப்பா
வளமான வாழ்வில்லை
குறைவான வாழ்வுமில்லை
கன்னம் வைக்க நாள் குறித்தாயிற்று
நாளும் வந்தது மழையும் வந்தது
எட்டிப்பார்த்தால்
மூலைக்கு ஒன்றாய் ஒடுங்கிய பாத்திரம்
மழைநீர் பிடிக்க...
கள்வன் குழம்பி நிற்கிறான்
இங்கு எதை களவாட என்று... ஒட்டைவீடு !

மா பலா வாழை

தேக்கு வேங்கை கருங்காலி
ஆலம் அரசம் பூவரசம்
சிட்டு புறா மயில்
ஆடு மாடு கோழி
வாய்க்கால் வரப்பு ஓடை என
அத்தனையும் உண்டு...
எங்கும் நிசப்தம்
சுற்றி பார்த்தால்
சுருண்ட அரவம் உண்டு
ஆள் இல்லை
ஊ... ஊ... என ஊதக்காற்று
சடசடவென மரக்கிளைகள் உரச
ஓட்டம் பிடித்தேன்
நிற்காமல்... அடிவார வீடு !

நுனிப்புல் மேய்ந்து
சுற்றி சுற்றி வந்து
வால் சுழற்றி
எட்டி எட்டி குதித்து
தாயுடன் கொஞ்சி
மடியில் முட்டி
தாய்ப்பால் உறிஞ்சி
தாகம் தணிக்கும்
கன்றின் குறும்பை
மரநிழலில் சாய்ந்து
கால் நீட்டி
கைகட்டி கண்மூடி

ரசிப்பவன் !

நான் அருவியில்
குளிப்பதில்லை...
அருவி ஆர்ப்பரித்து
கொட்டுகிறது
மழை காலங்களில்...
அசுத்தம் செய்த மனிதரை
அடித்து செல்ல
கண்மூடி
கரை கடக்கிறது...
எட்டி குதித்து எட்டி உதைக்கும்
அருகதை இருந்தும்
சிலசமயம் அமைதியாய்
வழிகிறது... அருவி !

அழுக்கு துணியை ஓரமாக கொட்டி
கரை ஒதுங்கிய கண்ணாடி சீசா
பிளாஸ்டிக் பைகள்
சோப்பு கவர்
அறுந்த செருப்பு
ஷாம்பு பாக்கெட் மற்றும்
ஏனைய கழிவுகளை
கொண்டுவந்த குடத்தால்
ஒரு சுழற்று சுழற்ற
மீண்டும் அழகாக
சுமந்து செல்கிறது நதி...

கண்கள் மூடி
காண்கையில் கனமான
மூச்சி மட்டும்
காற்றில் கலக்கிறது...

எனக்காக
யாரும் வருவதில்லை...
என்னை காணவும்
யாரும் வருவதில்லை...
பரவாயில்லை
அதனால் தான் என்னவோ
என் நிம்மதி நிலைகுலையாது
நிலைக்கிறது இன்றும்...
ரெயில் கூட
வாரம் இருமுறையே
எட்டிப்பார்க்கும் ரெயில் நிலையம்...
குல்முகர் பூக்களின்
ரத்தின கம்பள வரவேற்புடன்
தினமும்
தவறாமல் நடைபழகி...
ரெயில் நிலைய
நடைமேடை இருக்கையில்
கண்மூடி அமர்வேன்...
அதிகாலை இளங்காற்று தாலாட்ட
என் சிரத்தில் பூச்சொரியும்
செம்மயிர்க்கொன்றை மரம் !

கூந்தல் சரிசெய்து
அள்ளி முடித்திருப்பாள்
நுனி முடியில் ஈரம் சொட்ட...
அளவாக
அடுக்கு மல்லி சூட்டி
தாவணி தடம் மாறாமல்
தணிக்கை செய்து...
கல்லூரி கரும்பலகை பார்த்து
கண்ணுக்கு மையிட்டு
பாடம் கவனிப்பாள்
எனக்கு பாடம் புகட்ட...
பளபளக்கும் கைவிரல் நகங்கள்
காதோர முடி ஒதுக்க
ஜிம்கி கம்மல் தலை ஆட்டும்...
எப்போதும் குறுநகை மிளிர
வதனம் சிவக்க வருடி எழுதுவாள்
வாய்ப்பாடு போல...
திரும்பமாட்டாள்
நான் திகைப்பேன் என...
அவள் நெத்தி சுட்டி மட்டும்
தலை ஆட்டும் என் நினைவுகளுக்கு...
சரியாக சொன்னால்
என் பகல்கனவுகளுக்கு... ஒருதலை காதல் !

நாம் சோழர் வழி
என்பார் தாத்தா...
நாம் பாண்டியர் வழி
என்பார் அன்னையின்

அன்னையோ...
சேரன் செல்வியோ
கணவாய் கடக்க
கவர்ந்து இழுக்கிறாள்...
என் கடிவாளம் தாங்குமா
என்பது கேள்விக்குறியே... சேரன் வழி !

உனக்கு
குண்டுமல்லி பிடிக்குமா
எனக்கு தெரியாதே...
காதணி அருமை என்றேன்...
இது காட்டுமல்லி
லோலாக்கு கூட
பார்த்தது இல்ல போல என்று
சிடுசிடுவென சிதறிவிட்டாள்...
எனக்கு தெரிந்த வார்த்தையில்
பேசி விடலாம் என்றால்
எதிர்மறையாக
ஏகடியம் பேசுகிறாள்... காதல் வெளிப்பாடு !

தினசரி காலையில்
கண்ணாடி பார்த்ததும்
அவளறியா கண்ணீர்
எட்டிப்பார்க்கும்
கைவிட்ட காதலனை எண்ணி...
கண்ணாடி சிரிக்காது

வழியும் கண்ணீரை
அது காட்டவும் தவறாது...
இளகிய இதயம் கொண்டவள்
உடனே மைதீட்டி
கரை அடைப்பாள்...
இனி கண்ணீர் தான்
கவலை கொள்ளும்
கரை கடக்க முடியாமல்... காதல் தோல்வி !

உன்னை போல
நானும்
வீதியில் வீசியெறியப்பட்டேன்...
உயிர் மிஞ்சியதால்
உன்னை தத்தெடுத்தேன்
குப்பை தொட்டியிலிருந்து...
இன்று
அழுக்கு நீங்கிய
அழகு பொம்மை நீ...
யாரும் தாலாட்டி சீராட்டா
அடைக்கலம் தேடி அலையும்
அழுக்கு பாப்பா நான்...
என்னை பிரிந்து விடாதே...
என்னை யாரேனும்
தத்தெடுக்க வேண்டாம்
அடைக்கலம் கிடைத்தால் போதும்
அழுக்கு நீங்கி உன்னைப்போல்
அழகாகி விடுவேன்...
அனாதை என்ற

அடையாளம் மாறினால் போதும்...

ஏறி மிதிப்பர்
ஏளனமாய் பார்த்து...
எட்டி உதைப்பர்...
உறுதியாய் இருப்பதால்
உதாரணமாக உறங்குகிறேன்...
இடம் பார்த்து உரு கொடுப்பர்
கடவுள் பட்டமும் பதவியும்
கூட கிடைக்கும்...
வேண்டாம் எனில்
பட்டமும் பதவியும் பறிக்கப்பட்டு
மூலியாக்கி முடமாக்கப்பட்டு
தெருவினில் கிடப்பேன்
சிதைந்த சிற்பமாய்...
எனக்கு பிடித்தது
படிக்கட்டு பட்டமும் பதவியும் தான்...
உடைந்தாலும் உதைத்தாலும்
ஏணியாய் உபயோகிப்பர்...
அதில் ஒரு ஆனந்தம் எனக்கு... கல் படிக்கட்டு !

கூட்டம் கூட கூடாது...
கூச்சல் போடக்கூடாது...
கூவி விற்க முடியாது...
ஊருக்கு ஒதுக்குபுறமோ
இல்லை

நெடுஞ்சாலை புளியமரம் என
இடம் பார்த்து
எப்போதும் ஓட
தயாராக நிற்கவேண்டும்...
வெகுசிலர் வேகம் குறைத்து
வேவு பார்ப்பது போல
நோட்டம் விட்டு
தயங்கி தயங்கி வாங்கி பருக
குடுவை குறைய ஆரம்பிக்கும்...
பதநீர் விற்பதால்
பல் இளித்து சிரிக்க முடியாது...
சிரித்தால் சில்லறை தேறாது...
சிலர் காசு தராமல்
தகராறு செய்ய தயாராக நிற்க
அடுத்த முறை
காசு வாங்கிட்டா போச்சி என
சமாதானம் செய்வதும் உண்டு... பதநீர் !

மரம் ஏறி
ஓலை கழித்து
பக்குவம் பார்த்து
குருத்து சீவி குலை கீறி
சிறு பானை கட்டி
வடிநீர் வடிய
வாரங்கள் காத்திருந்து
புளித்த மணம் வீச
புதியதாய் இறக்கி

நுரை தளும்ப வடிகட்டி
வாயில் சில சொட்டு விட்டு
பதம் பார்த்து
பரிமாறும் கள்...
குடிப்பவர் தலை நிமிர்ந்து நடக்க
விற்பவர் தலை குனிந்து செல்ல
வரைமுறை இட்ட சமூகம் !

மேகமூட்டம் ஆட்டம் காட்டும்
புள்ளினங்கள் உண்டது போக
முதலுக்கு சேதம் ஆகாமல்
ஆடு மாடு அதட்டி
அறுவடை களத்தில்
ஆளாளுக்கு இழுத்து போட்டு
போரடிப்போம்...
வைக்கோல் பிரிய
செந்நெல் குவியும்...
தூற்றுதல் பிரிக்கும்
பதரையும் நெல்லையும்...
செந்நெல் குவியலை
பத்திர படுத்த மனம் உணர்த்த
மடமடவென வேலை நடக்கும்...
வெயில் தாள வெக்கை தணிக்க
ஒரு குட குளியல்
ஓய்வு கொடுக்கும்... போரடித்தால் !
கட்டப்பட்ட படகு போல
நானும் அமைதியாகத்தான்
அசைந்து கொடுக்கிறேன்...

கவிழும் வரை
காற்றடிப்பதை போல
முன்பெல்லாம் வேகமாக
ஆடுவேன்...
கண்ணீர் விடும் வரை
நோகடித்து
கடமைக்கு ஆறுதல் கூறுவர்...
நாள்பட நாள்பட
மனதுக்கு விளங்கிவிட்டது
கயிறு அறுந்தால் தான்
உன் பயணம் தொடரும் என...
கட்டப்பட்ட படகை
காற்று
அலைக்கழித்து கவிழ்ப்பது
இயற்கைதானே !?

ஒருகாலத்தில்
எப்போதும் ஆள் நடமாடும் இடம்
மரங்கள் துண்டாக்கப்படும்
துண்டுகள் பிளக்கப்படும்
கிளைகள் முறிக்கப்படும்
கட்டுக்கட்டாக
விறகுகள் விற்கப்பட்டு
வீடு சேரும்...
இன்று விறகு அடுப்பு
வீதிக்கு ஒன்று கூட இல்லை...
மரங்கள் அனைத்தும்
தப்பித்தனவா
இல்லை வெட்டப்பட்டனவா

தெரியவில்லை...
மரவெட்டி வீட்டின் முன்
பேச்சிக்கு கூட ஆளில்லை
சில சுள்ளிகளை தவிர...

நீர் வராத குழாயில்
நீந்த நீர் இருப்பது போல
மூச்சி பிடித்து
மூக்கை நுழைத்து
முகர்ந்து பார்க்கின்றன...
நீர் வாடை
வற்றும் வரை
நிதமும் வரும் சிட்டுக்குருவிகள்
கொஞ்சம் பாவம் தான்...
அவைகளுக்கு
தெரியுமோ என்னவோ
முயற்சி திருவினையாக்கும் என...

சொட்டு நீரின் அருமை
சொந்த கிணறு
வைத்திருப்பவனுக்கு
எங்கே விளங்க போகிறது !?
ஒரு பருக்கை சோற்றுக்கு
மைல் பல கடந்து
மதிய வெயில் என பாராது
கண் பார்வை மங்க
கானல்நீர் கண்டு

தவிக்கும்
சிட்டுக்குருவிகள் சொல்லும்
சொட்டு நீரின் அருமையை...

• 75 •

பிறந்தநாள் காணும்
துணையே... என் இணையே !
பிடித்த என்னை
பிரியாமல் பிடித்து...
சிதைந்தாலும் என்னை
சிதறாமல் அள்ளிப்பிடித்து...
வேண்டும் என கேட்கும் முன்
வேண்டாமல்
பிள்ளை வரம் கொடுத்து...
இரக்கத்துடன் ஈகையும் சேர்ந்து
எங்களை தாங்கும் நீ...
வருடங்கள் கழிய
வயது குறைந்து
அறிவாய் அழகாய்
வனப்புடன் வாழ்க
என்றும் எங்களுடன் !

ரயில் நிலைய நடைமேடையில்
மழையில் நனைந்தும்
சில்லென வீசும்
குளிர் காற்றை ரசிக்கும்
நண்பர்களுக்கு
வழியனுப்ப வந்த அப்பா

மழையில் நனையாமல் இருக்க
குடைபிடிக்கும் மகளின் பாசமும்
தான் நனைந்தாலும்
தனியாக செல்லும் மகள் நினைவில்
தயங்கி நிற்கும் அப்பாவின் தவிப்பும்
புரிய வாய்ப்பில்லை...
சிறுவர்கள் அல்லவா
நிகழ்காலத்தில் வாழ்பவர்கள் !

ஓடும் ரயிலில்
பயண சீட்டு இல்லா
படிக்கட்டு பயணம்
அத்துணை ஆனந்தம் தருமென
அதுவரை தெரியாது...
படிக்கட்டில் பாதங்கள் பதுக்கி
இடக்கையில் கைப்பிடியை கவ்வி
வலக்கையை வண்ணத்துப்பூச்சி சிறகாக்கி
வளர்ந்த கோரைப்புல் நுனியை
லாவி பிடித்து லாவகமாய் வருடி
ஆனந்திக்கும் அனாதை சிறுமி
ஒரு அற்புதம் தான் !
நீ வாழும் நொடிகளை
வாங்கமுடியாது என்பதை
வாயால் கூறாது
குழந்தை குறும்பால்
குத்திக்காட்டியவள் !

சிறுவயதில்

தொட்டதுக்கு எல்லாம்
அழுவேன்...
ஆட்டத்துக்கு
இவள் வேண்டாம்
அழுமூஞ்சி என்பார்கள்...
கண்ணீரும் காலமறியாது
சரம் சரமாக கொட்டும்...
குடம் கொண்டுவாடி
உப்பு தண்ணி பிடிக்கலாம் என
வம்பு இழுப்பார்கள்...
வாய்விட்டு திட்டாமல்
கோண வாய் காட்டி
தனக்குள் பேசி
தடம் பிடிப்பேன்
வீட்டை நோக்கி...
நினைத்தால் அழுகும் நீ
நீ நினைத்தால் சிரிக்க முடியாதா !?
நிஜத்தில் வாழு
நினைவில் வாழாதே என
வலிக்காமல் கொட்டியவர் அப்பா !

தின்பண்டங்கள் நிறைய கிடைக்கும்
ஆடை அணிகலன்கள் கிடைக்கும்
நிறைய ஊர் சுற்றி வரலாம் என
ஆசை வார்த்தைகளால் வஞ்சிக்கப்பட்டு
அறியாத வயதில்
மாலை மாற்றி
மங்கலநாண் பூட்டினார்கள்...
அப்போது தெரியாது

சிறகொடிக்கப்பட்ட
கூண்டுக்கிளிகள் நாங்களென...
ஒவ்வொரு இறகாக
பிடுங்கினார்கள் வலிக்காமல்...
பல ஆண்டுகள் ஓடின
வலிகளும் வடுக்களும் மறைய...
குழந்தை திருமணம் !
சலிப்பில்லாமல் வலை வீசி
சலனப்படாமல் காத்திருந்து
ஏமாற்றத்திற்கு போட்டியாய்
விடாமுயற்சிக்கு விருந்தாய்
மனக்கவலைக்கு மருந்தாய்
வாழும் எங்கள் வாழ்க்கை
உங்கள் பார்வையில்
ஒன்றுமில்லா மீனவ சமூகம்...
எங்கள்
வாழ்க்கைத்தரம் உயர
போர் கொடி தூக்கினால் தவறு
தவறுதான்... தறிகெட்டு
தரம் தாழ்ந்த சமூகத்தில்
இடம் பிடித்து இளைப்பாற
நினைப்பது தவறுதான்...